Hà Nội

Nơi Giam Giữ Cuối Cùng

Hà Nội Nơi Giam Giữ Cuối Cùng *(tuỳ bút)*
Thảo Trường

Bìa: Uyên Nguyên Trần Triết
Dàn trang: Huỳnh Hoàng
Nhân Ảnh xuất bản 2025
ISBN: 9798348273590

THẢO TRƯỜNG

HÀ NỘI
NƠI GIAM GIỮ CUỐI CÙNG

tuỳ bút

NHÂN ẢNH 2025

HÀ NỘI NƠI GIAM GIỮ CUỐI CÙNG

Tôi bước xuống sân bay Gia-Lâm vào buổi sáng. Mười chín năm rồi, nay tôi mới trở lại Hà Nội. May quá, trời Hà Nội lành lạnh, mưa phùn bay lất phất. Nhìn những lá cờ trên nóc nhà, tôi chợt nhớ ngay tới bài thơ của Trần-Dần hồi trăm hoa đua nở trên đất Bắc. Tôi ngâm nga một mình câu thơ:

Tôi bước đi, không thấy phố thấy nhà,

Chỉ thấy mưa sa trên mầu cờ đỏ!

Câu thơ làm tôi xúc động! Và câu thơ đó ám ảnh tôi suốt cuộc hành trình vào thành phố. Nhìn khu Gia-Lâm bình địa. Nhìn chiếc cầu Long-Biên khập khểnh. Nhìn những dãy phố buồn, những người buồn bước đi, dưới lớp mưa phùn... tôi nghe như lòng tôi trôi theo câu thơ. *"Tôi bước đi, không thấy phố thấy nhà, Chỉ thấy mưa sa trên mầu cờ đỏ!"*

THẢO TRƯỜNG

Trần-Dần! Bây giờ ông ở đâu? Tôi đến Hà nội với một nhiệm vụ đơn giản là chứng kiến. Chứng kiến một số người được trả tự do. Chỉ có thế. Và chuyến đi này cho tôi cơ hội nhìn lại thành phố cũ. Nơi đây, Hà Nội, trước kia, tôi đã có một thời gian tá túc. Tôi không phải là người của Hà Nội. Nhưng một thời gian ngắn học ở Hà Nội ngày đó cũng đã làm cho tôi yêu Hà Nội, có những kỷ niệm với Hà Nội. Tôi không có được cái thân mật ruột thịt với Hà Nội như Mai Thảo. Mai Thảo biết rõ từng viên gạch của Hà Nội. Vì tác giả "Đêm giã từ Hà Nội" đã khẳng định rằng"Hà Nội không của riêng ai cả". Nhưng có lẽ tôi đã bị lây cái chứng bịnh yêu Hà Nội của Nguyễn-Đình-Toàn. Tác giả "Giờ ra chơi" cũng đã phát biểu: "Hà Nội như một chứng bịnh, đi khỏi, phải mang theo nó". Tôi yêu Hà Nội. Và tôi tới Hà Nội buổi sáng hôm đó với tình yêu và kỷ niệm xưa. Thế nhưng. *Tôi bước đi, không thấy phố thấy nhà, Chỉ thấy mưa sa trên mầu cờ đỏ*. Ông Trần-Dần, ông ở đâu trong thành phố Hà Nội lúc này? Ông có còn làm thơ? Ông có còn tự do? Tôi yêu bài thơ của ông như tôi yêu những kỷ niệm riêng đời mình. Giá tôi được nghe ông đọc thơ tôi sẽ thích thú lắm.

HÀ NỘI NƠI GIAM GIỮ CUỐI CÙNG

Tôi đến Hà Nội dĩ nhiên được nghe những lời tuyên truyền, những câu hỏi dò dẫm để chỉ đợi cơ hội là công kích bài bác cho một phe khác. Tôi chán ngấy, những trò này. Nhưng bên tai tôi, xung quanh tôi lúc nào cũng bị bao phủ bởi những màn trình diễn nhàm chán đó. Có lúc tôi muốn hét to lên lời nói của nhân vật Vũ Trọng-Phụng "Biết rồi! Khổ lắm! Nói mãi!"

Tôi đến Hà Nội, để được nghe tiếng nói thì thầm của Hà Nội. Tôi đến Hà Nội để được thấm cái tình cảm của Hà nội. Nhưng luôn luôn tôi bị phá. Tôi muốn im lặng trầm ngâm suy tưởng về Hà Nội xưa và nay. Nhưng tôi đã bị làm ồn. Luôn luôn bị làm ồn. Tôi biết là chuyến đi này không phải là chuyến đi của riêng tôi. Nhưng mà tôi nghĩ đã đến lúc người ta nên xét lại cái công thức tuyên truyền. Năm nay là năm 1973. Con người đã hoàn tất công cuộc thám hiểm cung trăng. Các đại cường đối địch đã bắt tay nhau. Vậy thì ở một miền đất đau khổ nào đó, người ta cũng nên lau chùi những công thức tuyên truyền cổ điển những danh từ cùn mòn cất nó vào bảo tàng viện làm tài liệu lịch sử chiến tranh. Hãy dùng cách khác. Tạo hoàn cảnh cho nhau nhìn thấy thực tế chẳng hạn, để con người được yên. Và để cho tôi được yên với cái yên lặng của tôi. Tôi cần sự yên lặng để hít thở không khí Hà Nội. Tôi biết rằng chuyến đi không phải cho riêng mình, nhưng hỏi những người làm chiến tranh, ngoài thù địch và ngụy, các người không còn nhìn thấy gì khác nữa sao? Mưa lất phất, trời vẫn lành lạnh, ngồi trên xe vào thành phố, nhìn ra hai bên đường, một phút nào đó tôi lại bắt gặp hình ảnh, *bước đi không thấy phố thấy nhà, chỉ thấy mưa sa trên mầu cờ đỏ*. Và Trần-Dần vẫn chẳng thấy đâu?

Hà nội ba mươi sáu phố phường, lòng chàng để lại một tơ vương. Hình như câu thơ đó của Nguyễn Bính. Khi rời xa Hà Nội ngày xưa mỗi người chắc cũng đều có chút nhớ nhung đó. Kẻ được trở lại thăm Hà Nội bây giờ không kịp có thì giờ để thấm hết chút tơ vương riêng. Bởi vì như đã nói, chuyến đi này không phải là chuyến đi của riêng mình và luôn luôn bị quấy rầy bởi một thứ màng nhện tuyên truyền bên tai. Tuy nhiên tôi vẫn cố quay về lòng mình. Mắt cố nhìn đường phố và bầu trời Hà Nội, tôi cố nghe những âm vang của phố phường, mặc cho những gì gọi là kịch chung quanh thoảng đi. Trong hoàn cảnh nửa "của mình" nửa "của họ" như thế, tôi đã sống cho tôi những giây phút về Hà Nội.

Xin kể trước phần "của họ". Trước khách sạn Splendide, bây giờ mang tên là Hòa Bình, khi tôi vừa từ trong nhà ra xe, mới ngồi xuống ghế xe nhìn qua khung kính xuống đường, ba thiếu niên khoảng mười lăm mười sáu tuổi, tuổi này là tuổi cách đây mười chín năm của tôi ở Hà Nội, ba thiếu niên này bước đến gần bên xe, họ nhìn tôi, tôi nhìn họ. Một người công an trật tự đứng dưới đường làm nhiệm vụ. Tôi theo dõi từng cử chỉ của anh ta. Nhiệm vụ của anh ta được thể hiện một cách rất là "nhàn". Anh ta nói với ba thiếu niên:

- Đi chơi chỗ khác, các em.

Ba thiếu niên vẫn nhìn tôi, một cậu chỉ tôi nói:

- Ngụy kìa!

Thế rồi ba người thiếu niên mới bỏ đi và người công an hết việc. Anh ta lạnh lùng đứng đó. Tức thì bên cạnh tôi, một người hỏi:

- Anh có buồn không?

Tôi cười:

- Nghe nhiều quá rồi, chán ngấy anh ạ.

- Vâng, buồn làm gì trẻ con ấy mà.

Tôi gật đầu, tức thì người bên cạnh tiếp

- Nhưng trẻ con có ý thức.

Tôi quay sang anh ta mỉm cười, buông một tiếng cụt:

- Kịch!

Và người bên cạnh tôi lặng thinh.

Xin kể đến phần "của mình". Trên một lề đường chúng tôi ngừng xe. Vì gần trường học nên rất nhiều trẻ em xúm đến gần chúng tôi. Tôi giơ máy hình chụp. Các em giơ tay vẫy. Hà Nội đây rồi. Tôi lên phim chụp nữa. Một em bé độ mười bốn mười lăm bước đến ngay trước máy hình tôi. Em cười hớn hở và nói:

- Chụp hình cho em đi anh.

Ngón tay tôi run run khi bấm kiểu hình đó. Một lần nữa tôi reo thầm trong lòng "Quê hương tôi hãy còn".

Tấm hình em bé Hà Nội hiện đã được in và đang để trên bàn viết trước mặt tôi. Em bé đội cái mũ lưỡi trai kiểu... Tầu! Em mặc chiếc áo bông kiểu trấn thủ phanh ngực, bên trong là chiếc áo lót ố bẩn. Tôi chỉ thu vào ống kính được nửa người trên của em nên tôi không nhớ em mặc quần dài hay ngắn. Nhưng như thế cũng đã đủ rồi. Trên người em, dù với cái mũ lạ lùng dù với tấm áo lạ lùng nhưng còn nụ cười và câu nói của em, tôi đang nhìn đây và tôi như đang còn nghe em nói, tôi nghĩ dù cho trăm cách nghìn mưu, thì người ta cũng chẳng thể gột rửa hết được linh hồn con người, người ta cũng chẳng thể nhuộm hết được quê hương tôi.

Qua năm giờ đồng hồ ở Hà Nội, tôi đã chứng kiến nhiều điều. Những vở kịch thù hận vụng về, hình ảnh em bé trên tấm hình trước mặt tôi là hai điều đáng nhớ nhất. Hởi những tay "đạo diễn" vụng về, hởi những "kịch sỹ" bất đắc dĩ, ta xin nói một lời, kịch có thể là mô phỏng từ cuộc đời nhưng cuộc đời không thể là mô phỏng từ kịch. Làm sao sống được cuộc đời hoàn nhiên. Đừng biến đời thành sân khấu.

THẢO TRƯỜNG

Tôi sẽ giữ tấm hình em bé mãi mãi. Em đang ở Hà Nội, em có lúc nào nghĩ là em sẽ được coi và sẽ có tấm hình này riêng cho em? Và liệu tôi có thể gặp lại em trong sự hồn nhiên lần trước? Nhưng riêng tôi, tấm hình của em tôi sẽ giữ kỹ. Như một kỷ niệm. Hơn thế nữa như một niềm tin. Và xin nhắc lại lời của Mai Thảo "Hà Nội không của riêng ai cả".

HÀ NỘI NƠI GIAM GIỮ CUỐI CÙNG

Trên bàn viết trước mặt tôi, em bé Hà Nội trong hình vẫn còn cười với tôi. Trong số những bức hình tôi chụp ở ngoài Hà Nội, ngoài bức hình em bé mà tôi đề cập tới trong trang trước, tôi còn thích một tấm hình khác nữa. Đó là một tấm hình đám đông phần nhiều là trẻ em. Đám đông trong hình khoảng bốn chục người. Trong đám đông đó nơi góc ảnh phía cao có một anh... công an. Anh công an CS này mặc quân phục trông như lính của ông Mao Trạch Đông. Nhìn tấm hình tôi thấy anh công an này giơ quả đấm về phía máy hình, có nghĩa là anh ta giơ quả đấm cho tôi. Ngoài quả đấm của anh công an CS tôi còn đếm được mười một... quả đấm nữa giơ lên theo lệnh anh công an. Làm tính nhẩm tôi thấy bốn chục người trong hình mà chỉ có mười hai quả đấm giơ cho tôi, tôi thấy rõ ràng tôi không phải là ngụy đối với đám đông. Và anh công an CS cũng không phải là kẻ thắng thế mặc dù anh toàn quyền xách động ngay trên lảnh thổ của anh ta.

Coi kỹ khuôn mặt của đám đông tôi lại tìm ra một điểm đặc biệt nữa là hầu hết đều cười thân mật với tôi. Kể cả những người giơ tay quả đấm cho tôi. Tôi đưa tấm hình cho ông Lê Tất Điều coi, nhà văn hồi nhỏ chuyên quá giang tầu điện từ Hà Đông sang Hà Nội để chỉ dán mũi vào tủ kính tiệm hình Hạ Long xem cái máy chụp hình hiệu Rox cho đở thèm, nhà văn yêu trẻ thơ này đã "phán" sau khi xem tấm hình của tôi chụp được rằng:" Như thế này là người anh em ngoài đó chỉ tạm thời điều khiển được mấy cánh tay của trẻ em Hà Nội, họ không điều khiển được lòng của người Hà Nội". Người Hà Nội vẫn tươi cười với những người tươi cười thân hữu với họ, mặc dù anh công an CS đứng sau lưng. Câu nói của Lê Tất Điều làm tôi khoái vô cùng. Tấm hình này cũng như tấm hình của em bé nói trên hiện tôi vẫn giữ làm kỷ niệm.

HÀ NỘI NƠI GIAM GIỮ CUỐI CÙNG

Tôi thường cố không nghe những lời rỉ tai bên cạnh tôi. Tôi nói thật tôi chán lắm. Vì lịch sự - mình là khách mà - tôi không nói ra nhưng có lúc tôi phải nói thầm trong bụng: "Này quí vị, xin để cho tôi yên được không". Thế nhưng có một lần tôi phải lắng tai nghe. Hai, ba, bốn quý vị gì đó chứ không phải chỉ một thôi đâu. Phía trước, bên cạnh, đằng sau, trên xe, trong nhà, ngoài đường. Lúc nào cũng có nhiều quý vị xung quanh tôi. Tôi đã lắng nghe vị đó nói, vì vị đó vừa nhắc đến tên một người ra đây trước tôi. Vị đó phàn nàn rằng, ra đây được tiếp đãi đàng hoàng chu đáo. Không có hành hung. Mời ăn mời uống. Hướng dẫn đi ngoạn cảnh... Thế mà về Sàigòn viết báo chửi bới lung tung. Vị đó kết luận "không ra làm sao cả". Tôi cười hỏi:

- Thế ra sự tiếp đãi của quí vị đối với tôi bây giờ đây cũng là nhằm tìm kiếm sự thỏa hiệp với quí vị chứ không vì lịch sự xã giao sao? Tôi nghĩ rằng vấn đề ông ta có viết đúng sự thật hay không chứ không phải là sự tiếp đón.

Vị bên cạnh im lặng một lát rồi buông một câu: "Ông ta không còn là người Hà Nội". Tôi suy nghĩ và nhìn vị đó. Tôi cũng nhìn luôn cả tôi trong kính xe nữa. Tôi thấy có thể ngay cả tôi cũng không còn là người Hà Nội. Và tôi chợt ngắm nhìn vị đó thật kỹ, tôi thấy vị đó cũng không phải là người Hà Nội! Tôi bèn ngỏ ý đó với vị đó và "người" lặng thinh luôn.

Thế nào là người Hà Nội? Người đi chuyến trước tôi vì xa Hà Nội lâu năm có thể không còn là người Hà Nội. Tôi bây giờ cũng chẳng còn vẻ gì là người đã sống ở Hà Nội mười chín năm về trước. Nhưng còn quí vị, quí vị sống ở Hà Nội từ bấy đến nay. Quí vị nói rằng quí vị xây dựng Hà Nội. Quí vị cũng luôn luôn khoe với tôi là quí vị bảo vệ và phát triển Hà Nội. Bảo vệ và phát triển cái hay của Hà Nội. Tôi đã nhiều lần nghe quí vị dùng chữ "phát triển mạnh", "bảo vệ chắc". Thế nhưng tôi thấy rõ rằng quí vị cũng không có vẻ gì Hà Nội của chúng tôi ngày xưa nữa. Bị thay đổi cái phong thái, cái cốt cách Hà Nội của mình là một niềm đau. Người phải xa Hà Nội bị thay đổi đã đau rồi. Người ở lại ôm lấy Hà Nội cũng bị thay đổi, mà còn thay đổi thảm hại hơn nữa, tôi nghĩ niềm đau càng nhức nhối hơn. Chính quí vị chịu trách nhiệm về cuộc hóa kiếp đó của Hà Nội. Tôi không hiểu rõ quí vị ám chỉ những gì cho danh xưng "người Hà Nội". Tôi chỉ đoán có lẽ quí vị khi nói câu đó là có ý trách người từ Sàigòn ra không còn bao dung đã chấp nhặt những điều sai lầm nhỏ mọn. Hoặc cũng có thể quí vị trách ông ta đã không thành thực theo quan niệm của quí vị. Tôi xin miễn có ý kiến về khía cạnh đó. Với tôi chỉ nguyên cái bên ngoài thôi, bộ mặt thành phố đã không còn vẻ Hà Nội, quần áo cung cách và nhất là cách thức quí vị đem kịch ra vỉa hè Hà Nội cũng là những hành động không có tính chất Hà Nội.

Tuy nhiên ở Hà nội, tôi vẫn còn nhìn thấy Hà nội. Hồ Bảy Mẫu nhỏ đi nhưng hồ Gươm còn đó, cầu Thê Húc còn đó, đền Ngọc Sơn còn đó, nhà Thủy Tạ còn đó... và ánh mắt nụ cười em bé Hà nội còn đó. Ngay trước mặt tôi. Mười chín năm trước khi xa Hà nội tôi có đem theo kỷ niệm. Bây giờ ghé lại Hà nội tôi cũng mang theo được kỷ niệm là tấm hình em bé hồn nhiên, cho nên tôi tin là Hà nội chưa mất. Chế độ nào đó quản trị Hà nội mà thôi.Hà nội thì, tôi nghĩ, muôn đời vẫn là Hà nội và người yêu Hà nội sẽ chẳng bao giờ mất Hà nội trong lòng.

Về chuyện chế độ, chuyện cai trị, chuyện quyền lực, tôi nhớ trong phòng ăn khách sạn Hòa bình, tôi và quí vị có nói chuyện... thể thao. Một vị hỏi tôi một chi tiết lý lịch thật xa xôi "Hồi còn ở ngoài Bắc chơi môn thể thao gì?" Tôi trả lời tự nhiên không e ngại, tôi nói tôi tập Quyền Anh. Tôi là võ sinh của cựu vô địch Quyền Anh Đông Dương Nguyễn văn Tộ. Một vị nói "Ông Tộ đã chết!" Tôi bàng hoàng một lúc. Sau đó tôi kể cho quí vị nghe một trận Quyền Anh. Cách đây độ một tháng vô địch thế giới hạng nặng Frazier ba năm liền, mới bị Foreman đánh ngã quị ngay từ hiệp đầu và nhà dìu dắt phải tung khăn hàng cho Frazier ở hiệp nhì. Hình ảnh đó thật bi thảm. Foreman đoạt chức tay vô địch. Kể xong tôi kết luận, sức mạnh nào rồi cũng đến ngày tàn, vô địch rồi cũng có ngày xuống...

Ở Hà nội, vì là sao cũng là khách nên tôi chỉ kể chuyện thể thao đến đó cho quí vị nghe trong khi chúng ta dùng cơm. Bây giờ, khi viết những dòng này, tôi muốn nói thêm: Chế độ nào có mạnh cũng chỉ là võ sỹ.

Một điều tôi nhận thấy rõ nhất nơi các quí vị CS là vấn đề tuyên truyền. Nhưng mức độ tuyên truyền cũng tùy thuộc ở người cán bộ. Phần đông các cán bộ CS ở Hà nội khi bao quanh tôi đều có "hành nghề" tuyên truyền thường xuyên. Điều này thì mọi người cũng đã biết. Và tôi cũng đã biết trước nên tôi chịu đựng được. Tuy vậy một số quí vị CS đã từng ở Sài gòn, những quí vị này từ Bắc vào Sài gòn, khi đi cùng chuyến máy bay với tôi trở ra Hà nội, trong câu chuyện trao đổi dọc đường, tôi thấy mấy vị này đã ít tuyên truyền hăng say hơn những quí vị còn ở nguyên Hà nội. Tôi rất chú ý tới điểm này. Và tôi nghĩ rằng phải chăng những người từ Hà nội vào Sài gòn đã ít nhiều trông thấy xã hội miền Nam cho nên "thực tế khách quan" đã làm cho những quí vị đó phải "xét lại". Viết nhận xét này ra tôi không hề có ý xỏ xiên hay dã tâm "làm hại' những vị đi cùng chuyến máy bay với. Thực ra ý nghĩ này chỉ làm cho tôi mừng. Tôi nghĩ rằng nếu quả sự thật đã làm cho người ta bớt đi thái độ hằn học khích bác nhau thì vấn đề quan hệ bình thường Nam Bắc còn có cơ hội thực hiện được trong tương lai. Cũng có người cho rằng biết đâu thái đô "dịu dàng" của mấy quí vị CS từ Sài gòn trở ra Hà nội đó chẳng qua vì họ cùng làm việc chung cần duy trì lịch sự. Tôi nghĩ mọi giả thuyết đều có thể đặt ra nhưng riêng tôi, tôi vẫn muốn tin một điều rằng cho nhau biết rõ sự thật của xã hội hai miền vẫn là cách tốt nhất để giải quyết mâu thuẩn. Và tôi cũng thấy phấn khởi khi thấy hai vị ngoại trưởng của hai miền Nam Bắc gặp nhau ở Ba lê.

Vậy thì sự thật là gì? Tôi nghĩ sự thật cũng là một vấn đề rắc rối. Mỗi người quan niệm sự thật một cách. Tôi thì nghĩ rằng sự thật gồm cả cái tốt lẫn cái xấu. Khi đã nêu vấn đề sự thật thì không bên nào nên diễn kịch với nhau. Vì thế khi về tới Sàigòn, rất nhiều vị đã hỏi tôi cảm tưởng và cho một sự so sánh giữa Hà nội và Sài gòn, tôi đã phát biểu đại khái rằng "Sàigòn là một thành phố thiếu tổ chức vì sự phát triển có nhanh nhưng không đồng đều. Còn Hà nội là một thành phố được tổ chức kỹ quá cho nên không phát triển được". Thiết tưởng tôi cũng cần nói thêm rằng sự phát triển nâng cao mức sống người dân.

Ở Hà nội, mọi người đều lam lũ, nhưng sự hưởng thụ không được tương xứng. Lý do dễ hiểu là mọi năng lực của người dân đều được khai thác vào việc chiến tranh.

Trên thế giới ngày nay, bất cứ một chế độ nào gọi là nhân bản thì chế độ đó phải phục vụ con người chứ không thể bắt người dân phục vụ chế độ. Mấy chục năm chiến tranh kết cục là đổ vỡ, đời sống người dân ở mức quá thấp, mà thắng lợi dành được nếu có chỉ là một thứ thắng lợi "giả định".

Trước một hậu quả hết sức bi thảm của mấy chục năm chinh chiến, một cuộc ngưng bắn đã thành hình. Dĩ nhiên hòa bình thì chưa, có lẽ là còn rất nhiều khó khăn, rất nhiều dò đồng, nhưng không phải là không vượt qua được những khó khăn dò đồng đó. Như trên tôi đã viết, năm nay là năm 1973, thế giới bên ngoài đã tiến triển vượt bực. Người ta đua nhau để tìm kiếm phương tiện phục vụ con người, chẳng lẽ ở miền đất đau khổ nào đó, còn có người cứ khư khư ôm lấy hào quang của một chủ nghĩa quá cũ, chưa từ bỏ mộng chinh phạt lẫn nhau mà kết quả thực tế chỉ để lại một xã hội chậm tiến, buồn thảm…

Như tôi đã nhìn thấy: Hà nội. Bây giờ.

THẢO TRƯỜNG

Trong năm giờ ở Hà nội tôi đã uống cạn ba ly la de, phải nói là ba cốc bia mới đúng hoàn cảnh. Quí vị ở ngoài đó mời tôi ba lần ba cốc, tôi đã uống cạn cả ba. Tận tình với nhau đến thế là cùng đấy nhé. Tôi uống được ba cốc vì tôi thấy thứ bia Trúc Bạch này có vẻ được lắm. Chắc những quí vị sành điệu sẽ chê tôi là người không biết thưởng thức rượu. Đúng. Tôi không uống được rượu mạnh. Ngay ca la de 33 ở Sàigòn nếu làm một chai tôi bị đỏ mặt ngay. Vì thế những martel cổ lùn, những ông Napoléon cổ đen… tôi chỉ thích có cái vỏ chai, đựng nước lọc chất trong tủ lạnh uống dần là tiện nhất! Hóa cho nên bia Trúc Bạch hơi lần lạt, nhè nhẹ, trời Hà nội lại có tí mưa lất phất, khí trời lành lạnh, người không biết uống rượu bèn khen ngay bia Trúc Bạch là được.

Bia Trúc Bạch theo như lời kể lại của nhà báo Ký giả Lô Răng, thì sản phẩm này vốn có tên là bière

Hommel của Tây ngày xưa. Khi Hà nội đặt dưới chế độ CS bia cũng phải "độc lập chủ quyền" và nhà nước CS khoác cho nó cái tên VN là Trúc Bạch. Nhưng ông Lô Răng không so sánh được phẩm chất của bia Trúc Bạch và bia Hommel vì chưa uống bia Trúc Bạch bao giờ. Còn tôi, tôi cũng không so sánh được vì hồi ở Hà nội tôi chuyên uống… nước gạo đồng bạc một cốc, bây giờ uống bia Trúc Bạch, tôi thấy nó nhẹ hợp với tôi. Thế là tôi phê được.

THẢO TRƯỜNG

Tôi ăn một bữa cơm ở Hà nội. Một bữa cơm trưa. Một bữa cơm mời. Do nhà cầm quyền địa phương thiết đãi. Xa quê hương lâu ngày, lại nghe những người đi trước về kể lại, tôi đã hy vọng nhiều sẽ được thưởng thức những hương vị chính cống quê hương. Nhất là món cơm tám. Ăn cơm tám ngay trên thành phố Hà nội xem sao?

Tại Sàigòn cũng có đủ các món ăn miền Bắc. Cơm tám giò chả cũng có. Thế nhưng dù sao thì cũng món Bắc làm tại Sàigòn và ăn tại Sàigòn. Cũng như cơm Việt Nam, món ăn việt Nam, được nấu tại ngoại quốc. Nó cũng không được như ở trong nước. Vì vậy, được mời ăn một bữa cơm với những món chính hiệu ngay tại chốn xưa cảnh cũ nhất định tôi phải thận trọng thưởng thức.

Bữa cơm hôm đó được tổ chức trong một gian phòng rộng thoải mái. Những quí vị bao quanh tôi cũng đã vắng mặt đâu cả. Nhất là những quí vị cầm máy hình, máy ghi âm. Chỉ còn những vị có phận sự tiếp đón thực thụ. Tôi ngồi giữa hai vị, một là Sỹ quan, một mặt thường phục. Tôi được săn sóc chu đáo trong suốt bữa ăn. Chúng tôi nói chuyện vui vẻ. Ngoài câu chuyện thể thao mà tôi đã kể trên. Chúng tôi còn nói đến thời tiết và các món ăn.

Bữa cơm hôm đó có cơm tám, chả giò (chứ không phải là giò lụa chả quế), canh rau ngót, miến xào lươn, tôm chiên tẩm bột… Những món ăn không làm tôi chú ý. Tôi quan tâm tới chén cơm tám mà chủ nhân đã xới cho tôi. Tuy xa cách mười chin năm và trong suốt mười chín năm đó, tôi chỉ ăn vài ba bữa cơm tám giò chả canh rau ngót ở tiệm mà tôi cho là lai căng không chính hiệu, thế nhưng bây giờ nâng chén cơm tám quê cũ lên gần mũi tôi cũng vẫn còn đủ cảm giác để phân loại các thứ gạo tám và đánh giá thứ gạo tám hôm đó.

Ở miền Bắc, nếu tôi không lầm thì ba loại gạo tám. Hạng nhất là tám soan, kế đến là tám thơm hay tám cánh và sau cùng là tám "dệ bờ". Người ta có thể phân biệt được gạo tám soan và tám dệ bờ nhờ ở kích thước, màu sắc và mùi thơm của hạt gạo. Tôi nhận ra ngay chén cơm mà tôi đang ăn không phải là thứ gạo tám soan mà tôi đã biết. Thế nhưng thế này cũng đã quí lắm rồi. Trên quê hương cách trở của mình, ăn một bữa cơm mời, gạo tám, thức ăn tuy hơi lạc lỏng mấy ngón tôm lăn bột chiên, miến xào lươn mà miền Nam đầy rẩy, nhưng cũng còn món canh rau ngót nấu giò sống, thì kể như quí vị chủ nhân đã có lòng với khách vậy. Tôi thật cám ơn. Vô cùng cám ơn. Một bữa cơm có hương vị quê hương ngay trên thành phố cũ, coi như là một kỷ niệm đáng ghi nhớ đối với một kẻ đi xa lâu ngày có dịp trở lại quê nhà.

Thế nhưng, tôi đã hơi buồn lòng, một vị ngồi cạnh tôi. Cũng vì cái món cơm tám yêu mến đó. Chẳng là trong câu chuyện bàn về món ăn, tôi có hỏi một vị:

- Thứ gạo tám này ở miền Bắc, quí vị vẫn phát triển chứ?

Một vị đã làm bể cái không khí dịu dàng, của bữa cơm, vị đó đã khuấy động cái khoái cảm vị giác trong tôi bằng một câu nói đầy chất tuyên truyền thường lệ. Vị đó khoe rằng:

- Vâng, miền Bắc "phát triển" mạnh thứ gạo thơm này. Bây giờ toàn thể nhân dân đều ăn gạo... tám!

Tôi nhăn mặt. Quả thực lúc đó tôi nhăn mặt và thất vọng. Có lẻ vị chủ nhân đó quên tôi là người miền Bắc. Tôi còn nhớ như in đời sống của tôi ở miền Bắc trước kia. Cũng có lẻ vị đó vì thói quen, trong một lúc đã trở lại cái nguồn hãnh diện lưu loát tự tôn của chế độ, cho nên đã nói một câu không có mấu cứ của nền tảng nông nghiệp.

Cũng vì lẻ đó, hôm nay, hôm nay tôi phải kể lể kỹ càng về món gạo tám trong quyển sách bé nhỏ này.

Ở miền Bắc, nhà nông ta trồng nhiều loại lúa. Ba loại lúa chính là nếp, tẻ, và thóc tám. Ấy là không kể đến những ngũ cốc khác như lúa mạch, ngô, đậu... có tính cách phụ thuộc. Ba loại lúa chính cũng lại có nhiều thứ. Nhiều thứ gạo nếp, nhiều thứ gạo tẻ và nhiều thứ gạo tám.

Ruộng ở châu thổ sông Hoàng Hà cũng có ba loại ruộng. Ngoài ruộng cát cao ở bờ đê bờ sông thường chỉ trồng được ngô khoai còn ở những cánh đồng lúa có hai loại ruộng chính đã được nói trong ca dao:

Trên đồng cạn, dưới đồng sâu

Chồng cầy, vợ cấy, con trâu đi bừa

Câu ca dao mô tả một đời sống của nhà nông có vẻ thảnh thơi, thế nhưng theo tôi được biết người làm ruộng cơ cực lắm mới có được hạt gạo tẻ ăn hàng ngày hay gạo tám thơm dùng để đãi khách.

HÀ NỘI NƠI GIAM GIỮ CUỐI CÙNG

Trồng lúa nào cũng phải vất vả cơ cực và làm ruộng nào cũng phải mất nhiều công phu. Từ lúc ngâm thóc giống, sửa soạn ruộng đồng đến khi gặt lúa gánh thóc về. Sự vất vả nó còn theo đến tận lúc xới bát cơm và vào miệng. Tôi hiểu nổi khó nhọc đó của người nông dân.

Xin kể việc trồng lúa tám thơm và cũng xin đi sâu vào chi tiết.

Trước nhất lúa tám chỉ trồng được ở những thửa ruộng cao. Mà ruộng cao ở đồng bằng Bắc Việt chỉ chiếm độ một phần năm diện tích ruộng canh tác. Có nơi như ở làng tôi, ruộng cao chỉ có vào khoảng một phần mấy chục cánh đồng. Lý do dễ hiểu là những chỗ đất cao dân làng đã dần dần làm nhà cửa để ở. Những thửa ruộng cao đã vượt thêm đất để làm nền nhà hoặc vườn trồng cây. Và càng ngày những thửa ruộng càng ít dần so với dân số nông thôn tăng lên. Một thanh niên lấy vợ được cha mẹ "thu xếp" cho một chỗ ở gồm căn nhà và mảnh vườn. Rồi đôi vợ chồng đó đẻ con, vài ba cậu con trai ra đời chẳng hạn, lớn lên bố mẹ lại phải thu xếp cho vài ba người đó vài ba căn nhà mảnh vườn khác. Cứ thế mà tăng, người nông dân lại thường chúc nhau sinh năm đẻ bảy được vuông tròn! Quí lắm! Hóa cho nên làng càng ngày càng rộng ra và ruộng làng ngày càng ít đi, nhất là ruộng cao. lập luận này không đúng nếu như thanh niên trong làng lần lượt… đi xa không về!

Vì thế, số ruộng cao ở miền Bắc có thể cấy lúa tám không thể cung ứng toàn thể nhân dân được. Gạo tám là thứ gạo hiếm. Người nông dân trước kia chỉ dùng để đãi khách. Coi như đó là một biểu lộ sự quí trọng khách đến nhà mà thôi. Trong các đám cưới hỏi hoặc ngày Tết, có khi người ta còn dùng gạo tám thơm để làm lễ vật. Gạo tám thơm không phải là một thứ gạo phổ biến mà toàn thể nhân dân có thể ăn hàng ngày. Thứ thực phẩm chính, trước kia, và ngay cả bây giờ, theo tôi nghĩ phải là gạo tẻ. Thứ gạo trồng ở diện tích ruộng bao la. Ở đâu cũng vậy.

Thế cho nên khi một vị nói với tôi rằng cả nhân dân miền Bắc bây giờ đều hàng ngày ăn cơm tám, tôi nghĩ có lẻ đó chỉ là một cách nói cho đời bớt khổ, nói cho đẹp lòng mình, cho vui lòng khách dễ tính.

Nhưng vấn đề có phải là toàn dân đòi ăn cơm tám hàng ngày đâu. Con người chỉ cần gạo tẻ, với thức ăn đủ bổ dưỡng và một chút thư thái trong lòng. Cơm tám có chăng năm thì mười họa, lâu lâu gặp nhau, mời mọc và chân thành.

Làm quyển sách này, tôi đã chọn lối viết ngắn và gẫy gọn. Có thể cụt lủn. Thế nhưng không hiểu tại sao vấn đề gạo tám đã làm tôi suy nghĩ khá mông lung. Tôi đi sâu vào chi tiết và còn muốn đi sâu nữa. Có lẻ gạo tám đã trở thành một vấn đề mặc cảm. Khổ hay sướng của xã hội Việt Nam dù ở đâu cũng đang là một thứ mặc cảm. Lại xin phép bàn về gạo tám nữa xem sao, để coi nên xem đó là một thứ xa xỉ ăn chơi hay nên phát triển nó cho đúng với lý luận đường lối xã hội chủ nghĩa.

Muốn có được chén cơm tám, như trên đã nói người nông dân phải mất nhiều công phu. Khởi đầu là việc chọn giống. Giống lúa tám phải chọn từng bông trong lúc gặt về. Rồi mớ bông lúa tám đó được đập riêng, sàng riêng, sấy riêng, để riêng… đợi đến mùa cấy tới. Bồ lúa giống đó được coi như của quí trong nhà, được coi như tương lai, được coi như một thứ để dành. Nếu chẳng may, vì hoàn cảnh phải "đổ thóc giống ra mà ăn"... thì cuộc sống đã bước vào thời kỳ bi thảm như năm Ất Dậu thuở nào.

Rồi khi tới mùa cấy, nhà nông phải chuẩn bị nhiều thứ. Lúa giống được mang ra ngâm cho hạt nẩy mầm. Trước khi ngâm thóc, nhất là thóc tám, người ta múc từng mẻ vào trong thúng nhủ, dìm xuống dưới nước, khuấy đều cho những hạt thóc mẩy, nặng, lắng xuống đáy thúng còn những hạt thóc lép hoặc không mẩy nổi lên trên. Nhà nông chỉ lấy những hạt thóc dưới đáy thúng đổ vào bồ đem ngâm mạ mà thôi. Bởi vì mỗi hạt giống tám sẽ là một bông lúa tám và mỗi bông lúa tám là một thứ bông lúa quí. Nó phải nặng chĩu những hạt thóc tám sau này.

Chọn giống đã kỹ càng như vậy, làm một thửa ruộng để trồng lúa tám còn vất vả bội phần. Như đã nói, lúa tám chỉ trồng được ở một số thửa ruộng cao hiếm hoi. Ruộng cao về mùa nắng đất sẽ khô, người nông dân dùng trâu cày thửa ruộng lên rồi để đó phơi nắng phơi sương. Tôi nhớ hồi nhỏ, thả diều, nếu phải cầm dây diều mà chạy qua một thửa ruộng như thế này sẽ rất dễ vấp ngã. Và nếu như ngã thì kể như... vở mặt. Nắng và sương giải dầu ngày tháng đến khi những tảng đất cầy lên khô cứng như những tảng đá. Cả nhà nông từ trẻ chí già, đàn ông đàn bà mỗi người một cái vồ cán dài ra ruộng mà đập cho những tảng đất vở nhỏ ra.

Ngày xưa mọi việc đều phải làm bằng tay chân như thế. Đến khi thửa ruộng đã phẳng phiu một lớp đất vụn, nhà nông mới bắt gầu mà tát nước. "Một gầu giai với hai gầu song". Hồi 1940 trở về sau, nhà nông có thêm tí "máy móc" là cái guồng. Guồng bằng gỗ, người ta đạp nước chứ không tát nước nữa và bằng phương pháp "kỹ nghệ hóa nông nghiệp" này câu hát "sao cô múc ánh trăng vàng đổ đi" dường như không còn thích hợp với hoàn cảnh.

Nhà nông tát nước đêm ngày cho nước ngập thửa ruộng. Ta thử tưởng tượng mà coi, một thửa ruộng để khô lâu ngày, đã cầy lên xới đất lên mà bây giờ tát nước vào cho ngập thì hỏi biết bao nhiêu nước cho vừa. Ấy thế mà nhà nông làm được. Và làm toàn bằng chân tay chứ không phải bằng máy bơm nhập cảng từ Nhật bổn. Nước vào ruộng ngấm vào đất tan ra khắp ruộng. Trâu lại được đưa đến để bừa, thửa ruộng nổi bọt. Cách làm một thửa ruộng như thế này tiếng nông dân gọi là ruộng "ải".

Rồi nhà nông phải bón phân trên những thửa ruộng đó trước khi cấy lúa. Về phần làm mạ cũng được tiến hành song song. Thóc giống ngâm trong bồ dưới ao, hạt thóc nẩy mầm đem rắc trên những thửa ruộng thấp, bùn đã được làm nhuyễn và phẳng. Mầm mạ cao dần lên tới độ hai mươi phân người ta nhổ mạ đó, cắt bớt lá và thợ cấy cấy từng cụm mạ trên thửa ruộng ải sẵn sàng, theo hàng lối thẳng tắp.

Nhà nông còn phải coi sóc thửa ruộng lúa liên tục như tát nước cho đủ, làm cỏ, bắt sâu. Đến khi cây lúa ra bông nhà nông còn phải dựng những cây "bù nhìn" để dọa chim chóc, bảo vệ những bông lúa quí không bị phá hại. Rồi lúa chín. Rồi gặt về. Rồi lại đập, lại phơi, lại sấy, lại sàng… Muốn có gạo tám thì đem thóc tám mà xay, xay xong lại sàng, sàng xong cho vào cối giã. Vừa giã vừa hò vừa hát vừa kể chuyện vừa đố lẫn nhau theo nhịp chày. Những mối tình thôn nữa và trai tráng trong làng thường chớm nở từ công việc giã gạo này. Gạo giã đủ trắng hốt ra đem "giần" gạo riêng, tấm riêng, cám riêng. Bấy giờ gạo tấm mới sẵn sàng để được thổi cơm.

HÀ NỘI NƠI GIAM GIỮ CUỐI CÙNG

Gạo tám, nhất là gạo tám soan rất hiếm như thế cho nên việc lưu trữ gạo cũng phải cẩn thận và lắm kỳ công. Nếu để hở, mùi tám thơm bay đi và chuột chí xơi hết. Thường gạo tám thơm được để trong thúng. Xin mô tả thúng gạo tám ở quê tôi ngày xưa. Hạt gạo tám soan trong xanh như những viên ngọc thạch nhỏ, mùi thơm tỏa lên tàn khốc. Những hạt ngọc đó đựng trong chiếc thúng, thúng này cũng là thúng đặc biệt, nó không là những chiếc thúng thường vứt lăn lóc ngoài hè. Thúng đựng gạo tám được đăng bằng những vỏ tre ngà bóng, những chiếc thúng gác trên nóc bếp lâu ngày, hơi lửa bốc lên, mồ hóng bốc lên, những nan thúng nổi mầu nâu ngà. Cả những sợi mây quấn cạp thúng cũng nổi mầu nâu ngà. Thúng lấy từ gác bếp xuống lau sạch và bóng lộn. Chiếc thúng như được đánh véc ni hay quét sơn mài trông vô cùng sang trọng. Gạo tám trong xanh như những viên ngọc thạch chứa đựng trong chiếc thúng trang trọng đó tỏa mùi hương. Hỏi còn lễ vật nào bằng? Một chiếc vỉ buồm tròn vừa khít miệng thúng đậy lên lớp gạo che kín ấp ủ. Khi mở vỉ buồm ra mùi hương thơm của gạo tám soan hắt lên như quất vào mặt làm rung động đến tận cùng khứu giác của con người.

Làm ruộng, trồng lúa tám, gặt hái xay giã để có được hạt gạo tám đã nhiều công phu nhưng nấu được niêu cơm tám, làm được món ăn để ăn với cơm tám tưởng không phải là dễ.

Gạo tám soan nấu với nước mưa và nấu bằng niêu đất hoặc nồi đồng điếu. Khi nấu cũng phải vừa lửa. Đun bằng rơm, ủ bằng trấu. Rắc rối thế đó. Nhưng mà phải tôn trọng mọi thủ tục như vậy mới gọi được là cơm tám của ông bà ngày xưa. Nguyên cái vụ hứng nước mưa cũng hết sức cầu kỳ. Nhà quê đâu có mái tôn, nhưng nếu có mái tôn cũng bị chê liền, mái ngói còn bị chê nữa là mái tôn. Nước mưa lấy từ cây cau giữa trời. Mùa mưa tới để mặc cho những trận mưa đầu mùa rửa sạch những tàu lá và thân cây rồi mới lấy nước. Bằng cách quấn một tàu lá khô vào thân cây cau. Tầu lá cau khô đã được cắt rời chiếc bẹ ra làm quạt mo "Thằng bườm có cái quạt mo…" chỉ còn tàu lá và cái cuống. Cuống tàu lá chìa ra thành một cái vị. Nước mưa từ trên cây cau rớt xuống theo tàu lá quấn chảy vào cái chum hay cái vại hứng bên dưới. Thứ chum vại này cũng là chum vại "da lươn" mới thực là chu đáo. Thế rồi chum nước mưa được di chuyển để vào một chỗ mát. Mùa hè uống một gáo nước mưa mát rượi ngọt ngào cũng đã lắm. Ấy, nấu cơm gạo tám phải nấu bằng nước mưa cầu kỳ đó. Không thể nấu bằng thứ nước "bậy bạ" nào khác. Nước có mùi phèn hay nước có pha thuốc sát trùng là không được. Cơm tám sẽ lạc mất mùi vị nguyên thủy của loài gạo tám.

Gạo tám có rồi, nước mưa có rồi, phải có niêu đất hay một nồi đồng điếu. Niêu đất hơi nhỏ chỉ nấu được cho ít người ăn. Khi cần thổi nồi cơm lớn người ta phải dùng nồi đồng điếu. Đồng điếu là thứ đồng nguyên chất chưa pha các kim loại khác. Bên ngoài nồi đen đi vì lửa nhưng phía trong nồi lúc nào cũng đỏ xậm. Không hiểu các cụ ngày xưa đã nghiên cứu kim loại ra sao mà nhất định gạo tám soan phải nấu bằng nồi đồng điếu.

Tiếc thay hột gạo tám soan,

Thổi nồi đồng điếu lại chan... nước cà.

Câu ca dao diễn tả cái uổng phí của quí vật khi bị sa vào tay kẻ không phải là quí nhân. Thí dụ một thôn nữ mỹ miều chẳng may lấy phải "thằng chồng" không ra gì, xấu người xấu nết. Một người thân đã khuyên tôi chớ nên đọc câu ca dao nói trên nếu có dịp đi Hà Nội lần nữa. Sợ mích lòng nhau, không nên, nhất là trong thời đại con người cần đi tìm một sự hòa hợp. Tôi cho là phải, dù có dịp hay không có dịp nữa trở lại Hà Nội.

HÀ NỘI NƠI GIAM GIỮ CUỐI CÙNG

Cách nấu nồi cơm tám cũng tôn trọng những nguyên tắc củi lửa. Như đã nói, nấu nồi cơm tấm phải đun bằng rơm ủ bằng trấu. Có người hỏi đun bằng dầu hôi, bằng bếp ga hay nồi điện tự động của Nhật Bổn không được hay sao? Tôi xin trả lời lạ vụ này tôi không rõ. Chỉ biết ngày xưa nhà quê ta không có những thứ đó, phải đun bằng các thứ rơm, rạ, củi, than... có sẵn tại chỗ. Nhưng đun nồi cơm tám thì phải đun bằng rơm. Cũng như sắc thuốc bắc chớ nên sắc bằng loại củi cây xoan. Đừng hỏi tại sao. Hãy nghe theo lời ông bà chỉ dạy. Rơm là xơ của bông lúa. Đập lúa rồi còn cái xơ rơm phơi khô đánh đống để dành đun bếp dần. Rơm cũng còn dùng làm ổ nằm khi mùa đông đến. Ấm lắm. Rơm khô cũng còn dùng cho trâu ăn khi mùa nắng cỏ chết hết cả. Những cọng rơm vàng óng cháy vèo vèo giữa ba ông đầu rau, xông những ngọn lửa rực rở bên dưới nồi cơm. Người đụn bếp phải dùng cả hai tay, một tay cầm đun rơm một tay cầm cái que đun, làm sao cho ngọn lửa lúc nào cũng cháy đều. Coi chừng nồi cơm mà "trên sống dưới khê tứ bề nhão nhoét là hỏng to. Cơm không ra cơm chứ đừng nói là cơm tám.

Khi nồi cơm sôi, người nấu phải dùng đôi đũa cả mà ghế cơm cho nở ra và sôi đều. Cạn nước nồi cơm được đậy vung vùi xuống đống tro còn đang đỏ lửa bên cạnh bếp. Giai đoạn này mới dùng đến trấu. Trấu đựng trong xó đống rơm được xúc đổ lên trên nồi cơm bao phủ kín ít. Than rơm sẽ bám sang trấu từ từ mà cháy tạo thành một lớp than hồng bao phủ kín cả nồi cơm. Chưa xong đâu ạ! Coi chừng nhiều trấu quá cơm trong nồi bị cháy. Phải căn làm sao, tính làm sao cho vừa. Cơm chin đúng mức, dưới nồi có một lớp cháy mỏng vàng ròn mới gọi là… tới vấn đề. "Trăm hay không bằng tay quen". tự dưng nhảy vào nồi cơm không được đâu. Cái gì cũng vậy. Phải có chuyên môn của nó.

Cơm tám ăn với gì? Giò, chả chăng? Không. Cơm tám giò chả chỉ là cơm tám thành phố. Cũng như lính thành phố vậy. Có cho đẹp vậy thôi. Ở nhà quê cơm tám không ăn với giò lụa chả quế đâu. Làm gì có những thứ đó. Các cụ ngày xưa ăn cơm tám với những thứ có sẵn ở nhà quê. Cá kho làm chuẩn. Nhưng mà cá kho như thế nào? Lại lắm công phu nữa. Cá kho mặn và kho cháy. Cá rô, Cá quả, Cá sộp, Cá chép, Cá diếc, Cá lẻm, Cá chép, Cá bống... mỗi thứ cá có một mùi vị ngon riêng của nó. Nhưng ăn với cơm tám thì phải kho mặn và cháy. Rồi mỗi thứ cá lại còn có nhiều tính chất riêng tùy tuổi tác của nó. Thí dụ cá rô gộc ăn khác với cá rô don. Chỉ có điểm thống nhất là rô gộc, hay rô don phải kho mặn và cháy mới hợp với cơm tám.

Cũng có một cách nữa làm cá để ăn với cơm tám là nướng. Nướng không mà thôi. Những loại cá nướng ngon thường phải là cá lớn và là cá trắng như cá chép, cá mè, cá trắm... Cá làm sạch sẽ mổ bụng, bỏ lòng, xắt khúc đặt trên những lớp lá chuối đựng trong một cái nồi rang. Úp vung lớn bao phủ nồi rang rồi đổ nhiều trấu lên trên mà đốt. Trấu lại âm ỉ cháy. Nướng cá kiểu này phải lâu, mất nhiều thì giờ. Khi cá chín bởi hơi lửa bên trong nồi rang, miếng cá sẽ tóm lại ăn bùi lắm. Phiền một nỗi là cá nướng phải có nước mắn ngon, nước mắm hảo hạn của các hãng Ô Long hoặc Vạn Vân.

Dưa La, cà Láng, gỏi Báng, tương Bần

Nước mắm Vạn Vân, cá rô đầm sét

Quí vị độc giả thấy rắc rối chưa? Nhưng mà người dân quê miền Bắc ngày xưa đã đánh giá như vậy. Dân đã định như vậy rồi thì phải đúng. Cái gì ngon ở đâu, cái gì dở ở đâu, ca dao đã như một lời phán bảo. Bởi vì qua bao nhiêu là thời đại duyệt y, qua bao nhiêu là người làm chứng, cái gì đã được công nhận là được công nhận. Và ghi bằng ca dao.

Cũng đôi khi những gia đình khá giả ăn cơm tám với chả chim. Chim bẫy được, ngoài đồng mang về nhổ lông xẻ thịt làm chả. Chả cá cũng ngon. Cá luộc gỡ xương giã ra cho nhuyễn đúc trong lòng dóa thành từng khuôn tròn rồi thả vào chảo mở rán lên. Nhớ giã vào trong chả cá chút ít lá "thì là" cho thơm. Chả chim hay chả cá là món ăn tương đối có vẻ "xa xỉ" nhà quê. Cá kho là phổ biến nhất. Dĩ nhiên chả chim chả cá với cơm tám có sang hơn.

Cơm tám ăn với chả chim.

Chồng đẹp vợ đẹp những nhìn cũng lo.

HÀ NỘI NƠI GIAM GIỮ CUỐI CÙNG

Cơm hẩm ăn với cà kho.

Chồng xấu vợ xấu những lo và phiền.

Câu ca dao này nếu xét theo xã-hội chủ nghĩa nó sẽ mang tính chất phong kiến. Nếu xét theo chủ nghĩa thực tiễn của Hoa-Kỳ dĩ nhiên cơm tám chả chiên vẫn ngon hơn và nhiều người ưa thích. Tuy vậy vấn đề cũng khó bỏ xừ, làm sao cho đủ cơm tám chả chiên? Và làm sao cho đôi vợ chồng nào cũng đẹp đẽ sáng sủa?

Cơm tám ăn với những thức ăn như vậy là những món hiếm và quí đối với người dân quê miền Bắc. Như trên đã nói, vì gạo tám không thể trồng đủ cho dân số ăn suốt năm mà chỉ được coi như một món ăn đặc biệt dùng trong những đám cưới đám hỏi hay những bữa tiệc đãi khách. Mâm cơm dọn ra. Nồi cơm tám bưng lên trong chiếc rế. Khách ngồi quay quần trên chiếc chiếu. Vung nồi cơm mở ra, nếu thật là thứ cơm gạo tám soan, hương thơm tỏa ra khắp nhà. Có khi còn xông sang tới hàng xóm.

Thảo Trường

Nhìn những tù binh Hoa Kỳ được trả tự do và nhớ lại những hình ảnh tù binh Việt-Nam tôi cho là vấn đề mặc cảm quả trầm trọng. Mấy chục tù binh Hoa Kỳ ăn mặc đồng phục, một chiếc áo "bờ lu-dông" màu cứt ngựa, một chiếc quần dài xanh, một chiếc xách tay xanh thẫm, bên trong xách tay đựng đủ thứ đồ vật dụng hàng ngày của họ trong tù. Từ đôi đũa cái bát đến chiếc muỗng nhôm mòn cũ nhiều năm trời… Họ mang về hết. Những người tù binh bước tới phi cơ, có người còn khoẻ mạnh, cũng có người đã tàn tật. Có người tươi cười cũng có người ủ rũ ngô ngác. Nhưng tất cả đám tù-binh Mỹ không một người nào mặc cảm về những quần áo họ mặc trên người cũng như những vật dụng lẩm cẩm họ mang theo về. Họ coi những thứ đó là kỷ niệm. Báo chí còn đăng một tù binh Mỹ đem theo theo về cả một con chó nhỏ. Rồi ra sẽ có những cái muỗng cái bát đôi đũa cục mịch và những bộ đồng phục của tù binh được trang trọng trưng bày trong các bảo tàng viện quân sự bên Hoa Kỳ…

Trong khi đó, những người tù binh Việt Nam đã lột bỏ cả quần áo của "đối phương" phát cho, thậm chí cả những thương binh què cụt cũng hung hăng vứt những chiếc gậy, những cây nạng khi được trao trả. Trên bờ sông Thạch-Hản mưa rét căm căm người tù binh Việt Nam cởi trần lội sông, da thịt vốn đã gầy gò lại càng tím bầm vì lạnh, lập cập đi về phía núi non mịt mùng vô định nào đó. Trong rừng già Lộc Ninh trời nắng chang chang như thiêu, như đốt, người thương binh Việt-Nam thẳng tay quăng cây gậy, cái nạng gỗ vô tri trở lại để mà bị lê theo những con đường mòn chật hẹp và quái đản?

Tại sao như vậy? Có thể như thế là tinh thần cao? Có thể như thế là yêu nước yêu chế độ? Hay chỉ là một hiện tượng biểu lộ rõ rệt nhất cái mặc cảm của kẻ nghèo. Người Mỹ giầu nên họ chẳng mặc cảm gì cả. Cũng như anh nhà giầu đi xe đạp được coi là có tinh thần thể thao. Mẹ cóc! Kẻ khốn khổ càng khốn khổ thêm là vậy.

Cái mặc cảm của người tù binh thực sự không phải do nơi họ tạo ra. Chỉ thị của chế độ bảo họ phải làm như vậy. Bởi vì không phải chỉ một hai người nào đó mà là đồng loạt. Điều đó đã rõ ràng. Và nên biết rằng trong số những người cởi áo vứt nạng sẽ có người trong lòng tiếc rẻ những vật dụng vô tri cần thiết đó. Tiếc rẻ những vẫn phải từ bỏ. Vì chỉ thị của chế độ. Vậy thì sự mặc cảm không do nơi cá nhân người tù binh mà là những tập đoàn lãnh đạo chế độ đã mang nặng mặc cảm. Cũng như kẻ thắng có thể chỉ cười lặng yên trong khi kẻ bại phải gào to lên rằng mình chiến thắng.

Tôi nghĩ thời đại này là thời đại mà các nhà lãnh đạo của bất cứ quốc gia nào trên thế giới đều phải tìm cách ứng dụng những tiện nghi phục vụ con người mà nhân loại đã tìm ra. Không ai nên giữ cái mặc cảm tiện nghi này tiện nghi nọ không phải do phe mình chế tạo. Vấn đề lãnh đạo duy nhất lúc này là làm thế nào tạo được hoàn cảnh chung cho tất cả mọi người dân có cơ hội đồng đều được hưởng thụ những tiện nghi của chung nhân loại. Người ta chẳng nên phân biệt các tiện nghi. Thế thì những nhà lãnh đạo các nhân vật nhược tiểu còn chậm tiến tạo sao không thể hiên ngang công khai cởi bỏ mặc cảm phe nhóm chế độ mà tuyên ngôn với cả thế giới rằng dân tộc mình đang cần sự giúp đở. Dĩ nhiên sự giúp đở nào cũng có điều kiện bởi vì nhà lãnh đạo nào cũng nhằm đều phục vụ nhân dân của nước họ. Bởi vì đó là bổn phận của nhà lãnh đạo quốc gia. Thì như thế người ta có thể tìm ra những nguyên tắc hổ trương. Các nhà lãnh đạo nhược tiểu có thể lớn tiếng nói với toàn thế giới bên này cũng như bên kia rằng quốc gia chúng tôi cần những cái này những cái nọ. Điều quan trọng hơn hết vẫn là một nền hòa bình làm nền tảng mới có thể xây dựng. Một xã hội yên ổn và các nhà lãnh đạo không còn mặc cảm không còn thành kiến. Thử xem sao?

Cái nạng gỗ không tội tình gì cả. Cũng như cái bát sành, cái muổng nhôm trong xách tay của người tù binh Hoa Kỳ. Nếu nó không là những vật cần thiết cho con người của mình thì ít ra nó cũng là những món kỷ niệm của một quãng đời gian truân nào đó. Chẳng lả vì "chính nghĩa" mà vứt bỏ nó tội nghiệp. Tội nghiệp cho tất cả. Và thế nào là chính nghĩa đây? Xin nhắc lại chính nghĩa là sự tự do, an lành và tiện nghi đồng đều. Một sự kiện rất bi thảm hơn nữa về cái hành động mặc cảm này là khi đánh nhau người ta còn hô hào cổ xúy là lấy sung đạn địch mà giết địch thì chẳng lẻ khi tàn tật rồi ta chẳng thể lấy gậy của "địch" mà xài cho ta được sao?

Cái mặc cảm của nước chậm tiến nhược tiểu thiết nghĩ cũng là vấn đề lớn các nhà lãnh đạo chế độ nên xét lại. Nạng để chống. Quần áo để mặc. Bát đũa để ăn cơm. Muỗng để xúc. Và cũng có thể để là kỷ niệm. Cái gì cũng đáng quí cả.

HÀ NỘI NƠI GIAM GIỮ CUỐI CÙNG

Hầu hết các tù binh Mỹ đều được thả ở Hà Nội. Nhà cầm quyền miền Bắc thả tù binh Mỹ ở Hà Nội đã đành. Mặt trận cũng trao trả tù binh Mỹ ở Hà Nội luôn. Như thế Hà Nội chính là nơi giam giữ cuối cùng của tù binh Mỹ. Trên thực tế là như vậy. Theo nghị định thư mà nói. Nhưng qua một chuyến thăm Hà Nội vừa chứng kiến vừa quan sát tôi tự hỏi, Hà Nội, còn là nơi giam giữ cuối cùng những gì khác nữa trong cái thành phố lạ lùng đó?

Mười chín năm qua, Hà Nội được khép kín. Không một người gọi là từ phía bên này được tới Hà Nội. Người ta dùng danh từ bức màn tre để chỉ sự bế quan tỏa cảng đó, cũng như người ta nhắc đến bức màn sắt ở Nga sô trước kia, bức tường Bá Linh cách đây ít lâu. Nhưng thời gian này, bức màn sắt, bức màn tre hay bức tường Bá Linh đã có chút hé mở để tiếp đóng người ngồi. Những bức màn chưa được dẹp bỏ nhưng ít ra cũng đã hé mở một chút. Và tôi là một trong số những người đã được hướng dẫn đi qua sự hé mở đó bước vào Hà Nội. Sau mười chín năm vây hãm của chế độ, Hà Nội đã ở trước mắt tôi, đã ở xung quanh tôi. Tôi đã bước những bước chân trong thành phố lạ lùng đó tôi đã hít thở cái không khí của bầu trời Hà Nội. Tôi đã ăn một bữa cơm Hà Nội. Và tôi đã suy nghĩ về Hà Nội. Trong vòng 5 giờ đồng hồ. Những điều tôi chứng kiến, những điều tôi nhìn thấy, những điều tôi cảm thấy, những điều tôi nhớ lại từ quá khứ xa xưa bằng sự chủ quan tất nhiên của con người, sự chủ quan thành thật, tôi kể lại trong tập sách này. Và nỗi ưu tư của tôi khi sắp rời Hà Nội, khi nhìn những người tù binh Mỹ bước lên phi cơ rời bỏ nơi giam giữ cuối cùng ở Hà Nội, tôi đã phân vân nghĩ rằng còn những gì khác nữa cần được phóng thích từ Hà Nội. Còn những gì nữa của dân tộc, của Việt Nam vẫn còn đang ở nơi giam giữ cuối cùng là Hà Nội. Và những thứ đó cũng cần được phóng thích.

HÀ NỘI NƠI GIAM GIỮ CUỐI CÙNG

Tôi cũng nghĩ tới những người tù binh Việt Nam vô thừa nhận. Những người sinh trưởng ở miền Bắc, ở Hà Nội này, những người đó đã được đưa đi chiến đấu, trong sư đoàn đầy hào quang quá khứ của Điện Biên Phủ như 308, 302. Nhưng rồi họ bị bắt tại miền Nam. Có những người khi sa cơ vẫn còn ôm cái hy vọng ngày được trở về Hà Nội. Thế nhưng, trên bờ sông Thạch Hãn họ đã bị từ chối "Miền Bắc không có quân đội tác chiến ở Miền Nam làm sao Miền Bắc nhận những tù binh này. Họ khai láo..." Người tù binh vô thừa nhận, người cán binh không có nơi về. Bao nhiêu người đã bị phủ nhận quá trình như thế. Và hiện nay họ ở đâu? Rừng nào? Núi nào? Hởi thời đại khốn kiếp.

Tiện đây tôi cũng nói rõ về vụ gọi là "trao đổi văn hóa" mà báo chí ở Sài Gòn trước đây có đề cập tới và có nhắc đến tên tôi.

Sự thực trong chuyến đi ngày 5-3-1973 tại Hà Nội khi di chuyển từ thành phố trở lại phi trường Gia Lâm, trên chiếc xe buýt đang chông chênh trên cầu Long Biên một vị đại diện cho Chính quyền Hà Nội đã đưa cho tôi một gói giấy dầu nhỏ bên ngoài buộc bằng sợi dây tước ra từ bẹ chuối khô. Vị đó nói đại khái rằng:

- Có quyển sách tặng anh. Bữa qua có nhà văn mang sách từ trong đó ra tặng chúng tôi. Tôi đón nhận gói giấy và mỉm cười cám ơn vị đó. Tôi cởi bẹ chuối bốc gói giấy dầu ra thì thấy bên trong có một quyển sách nhan đề "Thơ văn Nguyễn Đình Chiểu". Sách không đề tên tác giả biên soạn, chỉ ghi nhà xuất bản Văn Học phát hành. Ngoài cuốn sách tôi còn thấy sáu bảy bản nhạc.

Hai vị kia trong phái đoàn chúng tôi mỗi vị cũng đều nhận được một gói như vậy. Sự việc chỉ có thế. Không có chuyện như nguồn tin đã loan là tôi bị các Sỹ quan Bắc Việt ồ ra trao cho những... một trăm cuốn sách. Và cũng không có vị nào ở ngoài đó gởi tôi đem sách về cho nhà văn đã tặng sách họ bữa trước. Hình như họ gởi một người khác chứ không phải gởi tôi. Và cũng chỉ có một gói như vậy. Sở dĩ phải nói rõ việc này ra vì ở Sài Gòn đã có các bạn hữu điện thoại trách tôi sao có "của lạ" mang về nhiều thế không đưa anh em đọc thử xem nó thế nào. Cũng có một kịch tác gia, bây giờ viết báo hàng ngày đã đi một bài rằng thì là ông ta đã gặp tôi và biết được nhiều điều quan trọng lắm. Thực ra tôi chưa hề gặp ông ta lần nào kể từ khi tôi ở Hà Nội về đến khi ông ta viết bài báo đó. Trước đây cũng có thời kỳ tôi viết báo, tôi hiểu cái lối "treo" độc giả kiểu này. Tôi cho là đầu đuôi của vụ tung tin "trao đổi văn hoá" này chỉ là một màn quảng cáo cá nhân và bút hiệu của tôi đã được xử dụng làm "phông" cho một vở tuồng.

Tôi đã đọc được một phần quyển "thơ văn

Nguyễn đình Chiểu". Hãy gạt bỏ những bài hát tuyên truyền đi, bởi đó chỉ là sản phẩm của bộ tuyên truyền miền Bắc, không thể được coi là tài liệu văn hóa. Những trang đầu cuốn sách về cụ Nguyễn đình Chiểu cũng đã làm tôi mỉm cười. Bộ biên tập quyển sách đã nhồi nặn nhà thơ miền Nam bằng những luận cứ Mát-Xít lấy duy vật biện chứng ra mà soi rọi. Và rồi có lúc cụ Nguyễn đình Chiểu, đã được coi như một người đã tham gia... cách mạng vô sản. Thật tội nghiệp cho tác giả Lục Vân Tiên. Tôi e những trang sách tôi chưa đọc sẽ còn phong cho cụ là nhà cách mạng chống Mỹ cứu nước nữa cũng nên. Cộng sản thường nhận về phe họ những gì tốt đẹp của văn chương chữ nghĩa nghệ thuật, dĩ nhiên những gì không tốt họ đẩy sang phía khác. Chuyện đó cũng là thông thường của chính trị. Ở đâu chả thế. Nhưng đó chỉ nên coi là chuyện của chính trị.

Thí dụ như nhân vật Lệnh Hồ Xung trong Tiếu Ngạo Giang Hồ của Kim Dung cũng được liệt vào giai cấp vô sản. Một cán bộ cao cấp của MTGP sau khi đọc xong bộ Tiếu Ngạo Giang Hồ đã nhận ngay Lệnh Hồ Xung là người vô sản. Hỏi tại sao?

HÀ NỘI NƠI GIAM GIỮ CUỐI CÙNG

Người đó cười "Hắn ta là một đứa trẻ mồ côi cả cha lẫn mẹ từ lúc lọt lòng. Hắn ta là một đứa con vô thừa nhận. Sau đó hắn làm con nuôi Nhạc Bất Quần. Rồi lớn lên. Rồi kiếm pháp phát triển thành đệ nhất kiếm trong giới giang hồ. Vượt qua các bậc tiền bối… Hắn là một con người lớn mạnh từ giai cấp vô sản…"Tôi cười một mình, nếu chẳng may vợ chồng Nhạc Bất Quần mà sinh sống ở làng tôi vào đợt cải cách ruộng đất những năm sau 1954, nhà ngụy quân tử này bị đấu tố là cái chắc. Tôi lại nghĩ đến nhân vật Lệnh Hồ Xung, cũng may là anh chàng kiếm sỹ tài hoa này không chịu theo phe nào, chính phái cũng như ma giáo, chàng ta chỉ theo một môn phái vô hình đó là tôn trọng sự thật và dù cho có thịt nát xương tan cũng không chịu phụ ai. Một điểm nữa là Lệnh Hồ Xung kể như là một tay đa tình, Nhạc Tiểu Thư chàng ta yêu, ni cô Nghi Lâm chàng ta cũng rất mực và Nhậm Doanh Doanh chàng ta cũng nguyện được bầu bạn cho đến mãn đời. Một nhân vật đẹp như thế nhưng cũng bị duy vật biện chứng kéo về một phe. Tôi thì tôi cho rằng Lệnh Hồ Xung chẳng của phe nào cả. Chàng ta chỉ là một kẻ tài ba, một khách đa tình.

Tôi không coi vụ tặng sách vừa qua là một trao đổi văn hóa. Về cuốn sách của một nhà văn miền Nam đem ra tặng thì tôi không rõ nhưng những tài liệu mà tôi được tặng chỉ là những tài liệu nhằm mục đích duy nhất là tuyên truyền.

HÀ NỘI NƠI GIAM GIỮ CUỐI CÙNG

Cũng có nhiều thân hữu hỏi tôi: "là nhà văn cũng có sách đã xuất bản, sao tôi không đem ra ngoài đó tặng". Nhân dịp này tôi cũng xin thưa hai điều:

Thứ nhất, về quan niệm của tôi trong việc tặng sách. Sách của tôi in ra, dù hay dở thế nào, tôi cũng chỉ tặng những thân hữu, những nhà báo quen để được loan tin tới độc giả, những văn hữu đã tặng sách tôi, những người mà tôi yêu mến... v.v.... Tuyệt đối, tôi không thể dùng sách của tôi như là một công cụ cho bất cứ việc nào. Thí dụ như có một dịp nào đó, tôi gặp một văn nghệ sỹ nào đó ở miền Bắc mà tôi khâm phục tác phẩm của họ, tôi có thể tặng sách của tôi cho họ. Còn như đem tặng cho một anh cán bộ nào đó thì tôi không thể làm được. Sách của tôi xuất bản ở miền Nam, nhưng tôi cũng đã bị báo chí và đài phát thanh ở ngoài đó chưởi và khen. Có những bài họ chưởi tôi tàn tệ. Có những bài họ khen tới mây xanh. Tôi nghĩ, thì cũng chỉ nên coi đó như những lời bình phẩm. Biết rồi thôi. Viết là viết.

Thứ hai, tôi cũng xin bày tỏ quan niệm về một cuộc trao đổi văn hoá nếu có giữa hai miền Nam Bắc sau này. Tôi mong muốn có một cuộc trao đổi văn hóa thực sự. Và nếu sự đó xảy ra, về phần tôi, tôi có thể gởi tặng những nhà văn nhà thơ nào đó ở miền Bắc mà có tác phẩm của họ làm tôi yêu thích. Còn về phần nhà cầm quyền, nếu nhà cầm quyền đặt mua sách của tôi để trao đổi văn hóa thì dĩ nhiên tôi sẽ yêu cầu trả giá gấp đôi. "Công sở giá gấp đôi". Đó là thông lệ xuất bản và phát hành sách báo.

Trong chuyến đi Hà Nội vừa qua, tôi chỉ tiếc có một điều là chưa có thì giờ cũng như cơ hội tìm đến một gốc cây để xem chư T mình khắc ở đó còn không "Tôi xa Hà Nội năm lên mười sáu khi vừa biết yêu". Xin nói thật hồi học ở Hà Nội tôi không có người yêu nào cả như câu hát. Tôi có quen cô M, cô L, cô D... nhưng đó không phải là yêu, mấy cô đó không người nào biết tôi yêu họ. Mà tôi thì tôi thích tất cả. Phải làm sao để có một kỷ niệm, một mối tình để khắc lên vỏ cây. Không lẻ lại khắc cả ba bốn chữ M – L – D… Tự dưng không hiểu sao tôi lại tiện tay khắc chữ T. Rồi sau tôi chọn một bút hiệu cho mình lại có chữ T khởi đầu. Rồi có những quyển sách tôi viết tựa đề cũng có chữ T như cuốn Thị Trâm chẳng hạn.

Năm 1960, tôi làm Pháo đội trưởng thuộc TĐPIB, đóng ở thành nội Quảng Trị, tôi cũng đã trồng hai hàng cây phượng vĩ thẳng góc với nhau thành chữ T. Chữ T bằng cây phượng vĩ có màu hoa đỏ mùa hè chiếm gần hết gần nửa khu thành nội, tôi định bụng sau này đi máy bay trên cao nhìn xuống vào mùa hè, tôi sẽ thấy kỷ niệm của tôi rực rở bên dưới. Thế nhưng nay nghe tin thành Quảng Trị đã bình dịa. Một người cháu ở TQLC đã về cho biết "không còn một cây phương vĩ nào của chú cả". Tôi buồn buồn. Bao kỷ niệm của mình lần lượt mất hết. Cùng với thời gian. Cùng với những biến chuyển của thời cuộc. Kỷ niệm khắc trên vỏ cây ở một nơi nào đó trong thành phố cũ, chắc cũng chẳng còn. Thôi thì cũng đành coi như đã mất. Như những thứ mà dân tộc mình đã mất. Qua một cuộc đảo điên ròng rã mấy chục năm trường.

Vấn đề hiện nay là những gì chúng ta còn. Và khởi đầu một cuộc làm lại. Tất cả.

Thảo Trường

Sài Gòn tháng 3-1973

Nhân Ảnh
2025

Liên lạc tác giả
Thảo Trường
Email: thtruongbook@gmail.com

Liên lạc
Nhà xuất bản Nhân Ảnh
E.mail: han.le3359@gmail.com
(408) 722-5626

www.ingramcontent.com/pod-product-compliance
Lightning Source LLC
LaVergne TN
LVHW100045051026
849525LV00001B/251
* 9 7 9 8 3 4 8 2 7 3 5 9 0 *